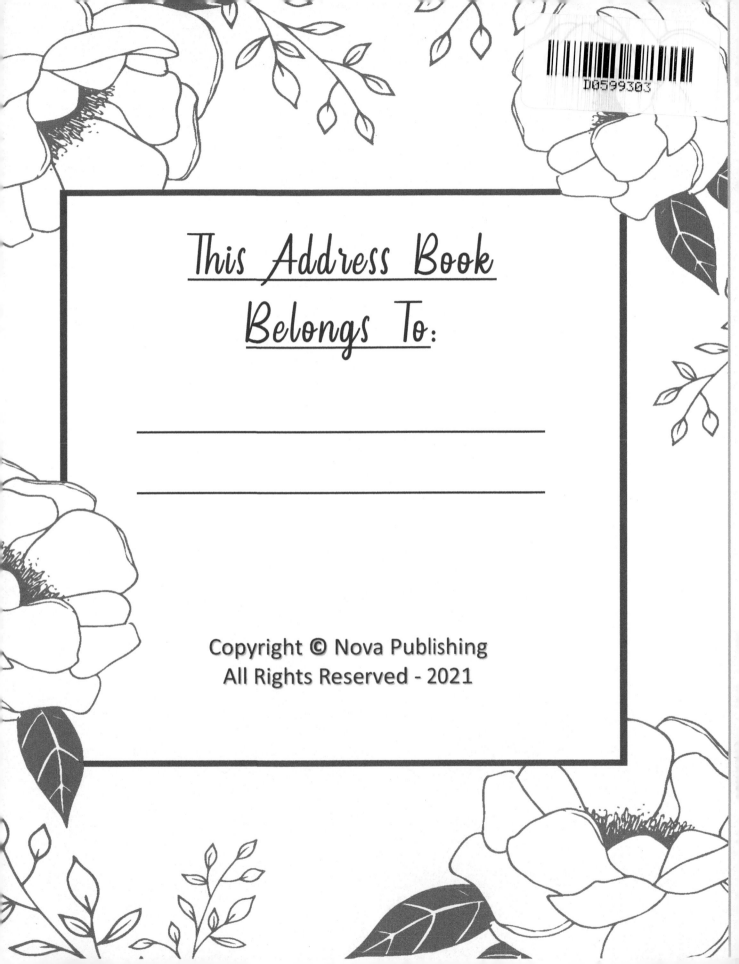

This Address Book
Belongs To:

_____

_____

Name : _____
Address : _____
        : _____
Home : _____ Mobile : _____
Work : _____ Fax : _____
Email : _____
Birthday : _____
Notes : _____
        _____

Name : _____
Address : _____
        : _____
Home : _____ Mobile : _____
Work : _____ Fax : _____
Email : _____
Birthday : _____
Notes : _____
        _____

Name : _____
Address : _____
        : _____
Home : _____ Mobile : _____
Work : _____ Fax : _____
Email : _____
Birthday : _____
Notes : _____
        _____

A

Name : _____
Address : _____
: _____
Home : _____ Mobile : _____
Work : _____ Fax : _____
Email : _____
Birthday : _____
Notes : _____
_____

Name : _____
Address : _____
: _____
Home : _____ Mobile : _____
Work : _____ Fax : _____
Email : _____
Birthday : _____
Notes : _____
_____

Name : _____
Address : _____
: _____
Home : _____ Mobile : _____
Work : _____ Fax : _____
Email : _____
Birthday : _____
Notes : _____
_____

Name   :_____
Address :_____
          :_____
Home   :_____ Mobile :_____
Work   :_____ Fax   :_____
Email   :_____
Birthday :_____
Notes   :_____
          _____

Name   :_____
Address :_____
          :_____
Home   :_____ Mobile :_____
Work   :_____ Fax   :_____
Email   :_____
Birthday :_____
Notes   :_____
          _____

Name   :_____
Address :_____
          :_____
Home   :_____ Mobile :_____
Work   :_____ Fax   :_____
Email   :_____
Birthday :_____
Notes   :_____
          _____

Name :_____
Address :_____
: _____
Home :_____ Mobile :_____
Work :_____ Fax :_____
Email :_____
Birthday :_____
Notes :_____

_____

Name :_____
Address :_____
: _____
Home :_____ Mobile :_____
Work :_____ Fax :_____
Email :_____
Birthday :_____
Notes :_____

_____

Name :_____
Address :_____
: _____
Home :_____ Mobile :_____
Work :_____ Fax :_____
Email :_____
Birthday :_____
Notes :_____

_____

B

Name : _____
Address : _____
: _____
Home : _____ Mobile : _____
Work : _____ Fax : _____
Email : _____
Birthday : _____
Notes : _____
_____

❧

Name : _____
Address : _____
: _____
Home : _____ Mobile : _____
Work : _____ Fax : _____
Email : _____
Birthday : _____
Notes : _____
_____

❧

Name : _____
Address : _____
: _____
Home : _____ Mobile : _____
Work : _____ Fax : _____
Email : _____
Birthday : _____
Notes : _____
_____

B

Name   :_____
Address :_____
          :_____
Home   :_____ Mobile :_____
Work   :_____ Fax   :_____
Email   :_____
Birthday:_____
Notes   :_____
          _____

Name   :_____
Address :_____
          :_____
Home   :_____ Mobile :_____
Work   :_____ Fax   :_____
Email   :_____
Birthday:_____
Notes   :_____
          _____

Name   :_____
Address :_____
          :_____
Home   :_____ Mobile :_____
Work   :_____ Fax   :_____
Email   :_____
Birthday:_____
Notes   :_____
          _____

Name :_____
Address :_____
         :_____
Home :_____ Mobile :_____
Work :_____ Fax :_____
Email :_____
Birthday :_____
Notes :_____
          _____

Name :_____
Address :_____
         :_____
Home :_____ Mobile :_____
Work :_____ Fax :_____
Email :_____
Birthday :_____
Notes :_____
          _____

Name :_____
Address :_____
         :_____
Home :_____ Mobile :_____
Work :_____ Fax :_____
Email :_____
Birthday :_____
Notes :_____
          _____

B

Name :_____
Address :_____
       :_____
Home :_____ Mobile :_____
Work :_____ Fax :_____
Email :_____
Birthday:_____
Notes :_____
       _____

Name :_____
Address :_____
       :_____
Home :_____ Mobile :_____
Work :_____ Fax :_____
Email :_____
Birthday:_____
Notes :_____
       _____

Name :_____
Address :_____
       :_____
Home :_____ Mobile :_____
Work :_____ Fax :_____
Email :_____
Birthday:_____
Notes :_____
       _____

Name : _____
Address : _____
: _____
Home : _____ Mobile : _____
Work : _____ Fax : _____
Email : _____
Birthday : _____
Notes : _____
_____

❧ ⚜ ❧

Name : _____
Address : _____
: _____
Home : _____ Mobile : _____
Work : _____ Fax : _____
Email : _____
Birthday : _____
Notes : _____
_____

❧ ⚜ ❧

Name : _____
Address : _____
: _____
Home : _____ Mobile : _____
Work : _____ Fax : _____
Email : _____
Birthday : _____
Notes : _____
_____

Name : _____
Address : _____
: _____
Home : _____ Mobile : _____
Work : _____ Fax : _____
Email : _____
Birthday : _____
Notes : _____
_____

Name : _____
Address : _____
: _____
Home : _____ Mobile : _____
Work : _____ Fax : _____
Email : _____
Birthday : _____
Notes : _____
_____

Name : _____
Address : _____
: _____
Home : _____ Mobile : _____
Work : _____ Fax : _____
Email : _____
Birthday : _____
Notes : _____
_____

C

Name   :_____
Address :_____
         :_____
Home   :_____ Mobile :_____
Work   :_____ Fax   :_____
Email   :_____
Birthday:_____
Notes   :_____
         _____

Name   :_____
Address :_____
         :_____
Home   :_____ Mobile :_____
Work   :_____ Fax   :_____
Email   :_____
Birthday:_____
Notes   :_____
         _____

Name   :_____
Address :_____
         :_____
Home   :_____ Mobile :_____
Work   :_____ Fax   :_____
Email   :_____
Birthday:_____
Notes   :_____
         _____

C

Name : _____
Address : _____
: _____
Home : _____ Mobile : _____
Work : _____ Fax : _____
Email : _____
Birthday : _____
Notes : _____

_____

Name : _____
Address : _____
: _____
Home : _____ Mobile : _____
Work : _____ Fax : _____
Email : _____
Birthday : _____
Notes : _____

_____

Name : _____
Address : _____
: _____
Home : _____ Mobile : _____
Work : _____ Fax : _____
Email : _____
Birthday : _____
Notes : _____

_____

Name   : _____

Address : _____

          : _____

Home   : _____ Mobile : _____

Work   : _____ Fax   : _____

Email   : _____

Birthday : _____

Notes   : _____

_____

Name   : _____

Address : _____

          : _____

Home   : _____ Mobile : _____

Work   : _____ Fax   : _____

Email   : _____

Birthday : _____

Notes   : _____

_____

Name   : _____

Address : _____

          : _____

Home   : _____ Mobile : _____

Work   : _____ Fax   : _____

Email   : _____

Birthday : _____

Notes   : _____

_____

D

Name : _____
Address : _____
: _____
Home : _____ Mobile : _____
Work : _____ Fax : _____
Email : _____
Birthday : _____
Notes : _____
_____

Name : _____
Address : _____
: _____
Home : _____ Mobile : _____
Work : _____ Fax : _____
Email : _____
Birthday : _____
Notes : _____
_____

Name : _____
Address : _____
: _____
Home : _____ Mobile : _____
Work : _____ Fax : _____
Email : _____
Birthday : _____
Notes : _____
_____

Name   :_____

Address :_____

         :_____

Home   :_____ Mobile :_____

Work   :_____ Fax   :_____

Email   :_____

Birthday:_____

Notes   :_____

_____

Name   :_____

Address :_____

         :_____

Home   :_____ Mobile :_____

Work   :_____ Fax   :_____

Email   :_____

Birthday:_____

Notes   :_____

_____

Name   :_____

Address :_____

         :_____

Home   :_____ Mobile :_____

Work   :_____ Fax   :_____

Email   :_____

Birthday:_____

Notes   :_____

_____

D

Name : _____
Address : _____
        : _____
Home : _____ Mobile : _____
Work : _____ Fax : _____
Email : _____
Birthday : _____
Notes : _____

_____

Name : _____
Address : _____
        : _____
Home : _____ Mobile : _____
Work : _____ Fax : _____
Email : _____
Birthday : _____
Notes : _____

_____

Name : _____
Address : _____
        : _____
Home : _____ Mobile : _____
Work : _____ Fax : _____
Email : _____
Birthday : _____
Notes : _____

_____

E

Name :_____
Address :_____
         :_____
Home :_____ Mobile :_____
Work :_____ Fax :_____
Email :_____
Birthday:_____
Notes :_____
         _____

Name :_____
Address :_____
         :_____
Home :_____ Mobile :_____
Work :_____ Fax :_____
Email :_____
Birthday:_____
Notes :_____
         _____

Name :_____
Address :_____
         :_____
Home :_____ Mobile :_____
Work :_____ Fax :_____
Email :_____
Birthday:_____
Notes :_____
         _____

Name : _____
Address : _____
: _____
Home : _____ Mobile : _____
Work : _____ Fax : _____
Email : _____
Birthday: _____
Notes : _____
_____

Name : _____
Address : _____
: _____
Home : _____ Mobile : _____
Work : _____ Fax : _____
Email : _____
Birthday: _____
Notes : _____
_____

Name : _____
Address : _____
: _____
Home : _____ Mobile : _____
Work : _____ Fax : _____
Email : _____
Birthday: _____
Notes : _____
_____

Name : _____
Address : _____
: _____
Home : _____ Mobile : _____
Work : _____ Fax : _____
Email : _____
Birthday: _____
Notes : _____

_____

Name : _____
Address : _____
: _____
Home : _____ Mobile : _____
Work : _____ Fax : _____
Email : _____
Birthday: _____
Notes : _____

_____

Name : _____
Address : _____
: _____
Home : _____ Mobile : _____
Work : _____ Fax : _____
Email : _____
Birthday: _____
Notes : _____

_____

Name : _____
Address : _____
: _____
Home : _____ Mobile : _____
Work : _____ Fax : _____
Email : _____
Birthday : _____
Notes : _____

_____

Name : _____
Address : _____
: _____
Home : _____ Mobile : _____
Work : _____ Fax : _____
Email : _____
Birthday : _____
Notes : _____

_____

Name : _____
Address : _____
: _____
Home : _____ Mobile : _____
Work : _____ Fax : _____
Email : _____
Birthday : _____
Notes : _____

_____

Name   :_____
Address :_____
         :_____
Home   :_____ Mobile :_____
Work   :_____ Fax   :_____
Email   :_____
Birthday:_____
Notes   :_____
         _____

Name   :_____
Address :_____
         :_____
Home   :_____ Mobile :_____
Work   :_____ Fax   :_____
Email   :_____
Birthday:_____
Notes   :_____
         _____

Name   :_____
Address :_____
         :_____
Home   :_____ Mobile :_____
Work   :_____ Fax   :_____
Email   :_____
Birthday:_____
Notes   :_____
         _____

F

Name : _____
Address : _____
: _____
Home : _____ Mobile : _____
Work : _____ Fax : _____
Email : _____
Birthday : _____
Notes : _____
_____

Name : _____
Address : _____
: _____
Home : _____ Mobile : _____
Work : _____ Fax : _____
Email : _____
Birthday : _____
Notes : _____
_____

Name : _____
Address : _____
: _____
Home : _____ Mobile : _____
Work : _____ Fax : _____
Email : _____
Birthday : _____
Notes : _____
_____

F

Name   :_____
Address :_____
         :_____
Home   :_____ Mobile :_____
Work   :_____ Fax   :_____
Email   :_____
Birthday:_____
Notes   :_____
         _____

Name   :_____
Address :_____
         :_____
Home   :_____ Mobile :_____
Work   :_____ Fax   :_____
Email   :_____
Birthday:_____
Notes   :_____
         _____

Name   :_____
Address :_____
         :_____
Home   :_____ Mobile :_____
Work   :_____ Fax   :_____
Email   :_____
Birthday:_____
Notes   :_____
         _____

Name : _____
Address : _____
: _____
Home : _____ Mobile : _____
Work : _____ Fax : _____
Email : _____
Birthday : _____
Notes : _____
_____

Name : _____
Address : _____
: _____
Home : _____ Mobile : _____
Work : _____ Fax : _____
Email : _____
Birthday : _____
Notes : _____
_____

Name : _____
Address : _____
: _____
Home : _____ Mobile : _____
Work : _____ Fax : _____
Email : _____
Birthday : _____
Notes : _____
_____

Name   :_____
Address :_____
         :_____
Home   :_____ Mobile :_____
Work   :_____ Fax   :_____
Email   :_____
Birthday:_____
Notes   :_____
         _____

Name   :_____
Address :_____
         :_____
Home   :_____ Mobile :_____
Work   :_____ Fax   :_____
Email   :_____
Birthday:_____
Notes   :_____
         _____

Name   :_____
Address :_____
         :_____
Home   :_____ Mobile :_____
Work   :_____ Fax   :_____
Email   :_____
Birthday:_____
Notes   :_____
         _____

G

Name : _____
Address : _____
        : _____
Home : _____ Mobile : _____
Work : _____ Fax : _____
Email : _____
Birthday : _____
Notes : _____
        _____

Name : _____
Address : _____
        : _____
Home : _____ Mobile : _____
Work : _____ Fax : _____
Email : _____
Birthday : _____
Notes : _____
        _____

Name : _____
Address : _____
        : _____
Home : _____ Mobile : _____
Work : _____ Fax : _____
Email : _____
Birthday : _____
Notes : _____
        _____

G

Name   :_____
Address :_____
         :_____
Home   :_____ Mobile :_____
Work   :_____ Fax   :_____
Email   :_____
Birthday :_____
Notes   :_____
         _____

Name   :_____
Address :_____
         :_____
Home   :_____ Mobile :_____
Work   :_____ Fax   :_____
Email   :_____
Birthday :_____
Notes   :_____
         _____

Name   :_____
Address :_____
         :_____
Home   :_____ Mobile :_____
Work   :_____ Fax   :_____
Email   :_____
Birthday :_____
Notes   :_____
         _____

G

Name :_____

Address :_____

:_____

Home :_____ **Mobile** :_____

Work :_____ **Fax** :_____

Email :_____

Birthday :_____

Notes :_____

_____

Name :_____

Address :_____

:_____

Home :_____ **Mobile** :_____

Work :_____ **Fax** :_____

Email :_____

Birthday :_____

Notes :_____

_____

Name :_____

Address :_____

:_____

Home :_____ **Mobile** :_____

Work :_____ **Fax** :_____

Email :_____

Birthday :_____

Notes :_____

_____

H

Name   :_____
Address :_____
          :_____
Home   :_____ Mobile :_____
Work   :_____ Fax   :_____
Email   :_____
Birthday :_____
Notes   :_____
          _____

Name   :_____
Address :_____
          :_____
Home   :_____ Mobile :_____
Work   :_____ Fax   :_____
Email   :_____
Birthday :_____
Notes   :_____
          _____

Name   :_____
Address :_____
          :_____
Home   :_____ Mobile :_____
Work   :_____ Fax   :_____
Email   :_____
Birthday :_____
Notes   :_____
          _____

Name : _____
Address : _____
: _____
Home : _____ Mobile : _____
Work : _____ Fax : _____
Email : _____
Birthday : _____
Notes : _____
_____

Name : _____
Address : _____
: _____
Home : _____ Mobile : _____
Work : _____ Fax : _____
Email : _____
Birthday : _____
Notes : _____
_____

Name : _____
Address : _____
: _____
Home : _____ Mobile : _____
Work : _____ Fax : _____
Email : _____
Birthday : _____
Notes : _____
_____

Name   :_____
Address :_____
          :_____
Home   :_____ Mobile :_____
Work   :_____ Fax   :_____
Email   :_____
Birthday:_____
Notes   :_____

          _____

Name   :_____
Address :_____
          :_____
Home   :_____ Mobile :_____
Work   :_____ Fax   :_____
Email   :_____
Birthday:_____
Notes   :_____

          _____

Name   :_____
Address :_____
          :_____
Home   :_____ Mobile :_____
Work   :_____ Fax   :_____
Email   :_____
Birthday:_____
Notes   :_____

          _____

Name   :_____
Address :_____
         :_____
Home   :_____ Mobile :_____
Work   :_____ Fax   :_____
Email   :_____
Birthday :_____
Notes   :_____
         _____

Name   :_____
Address :_____
         :_____
Home   :_____ Mobile :_____
Work   :_____ Fax   :_____
Email   :_____
Birthday :_____
Notes   :_____
         _____

Name   :_____
Address :_____
         :_____
Home   :_____ Mobile :_____
Work   :_____ Fax   :_____
Email   :_____
Birthday :_____
Notes   :_____
         _____

I

Name   :_____
Address :_____
          :_____
Home   :_____ Mobile :_____
Work   :_____ Fax   :_____
Email   :_____
Birthday:_____
Notes   :_____
          _____

Name   :_____
Address :_____
          :_____
Home   :_____ Mobile :_____
Work   :_____ Fax   :_____
Email   :_____
Birthday:_____
Notes   :_____
          _____

Name   :_____
Address :_____
          :_____
Home   :_____ Mobile :_____
Work   :_____ Fax   :_____
Email   :_____
Birthday:_____
Notes   :_____
          _____

I

Name   :_____
Address :_____
              :_____
Home   :_____ Mobile :_____
Work   :_____ Fax   :_____
Email   :_____
Birthday :_____
Notes   :_____
              _____

Name   :_____
Address :_____
              :_____
Home   :_____ Mobile :_____
Work   :_____ Fax   :_____
Email   :_____
Birthday :_____
Notes   :_____
              _____

Name   :_____
Address :_____
              :_____
Home   :_____ Mobile :_____
Work   :_____ Fax   :_____
Email   :_____
Birthday :_____
Notes   :_____
              _____

I

Name :_____
Address :_____
:_____
Home :_____ Mobile :_____
Work :_____ Fax :_____
Email :_____
Birthday :_____
Notes :_____
_____

Name :_____
Address :_____
:_____
Home :_____ Mobile :_____
Work :_____ Fax :_____
Email :_____
Birthday :_____
Notes :_____
_____

Name :_____
Address :_____
:_____
Home :_____ Mobile :_____
Work :_____ Fax :_____
Email :_____
Birthday :_____
Notes :_____
_____

Name   :_____
Address :_____
         :_____
Home   :_____ Mobile :_____
Work   :_____ Fax   :_____
Email   :_____
Birthday:_____
Notes   :_____

_____

Name   :_____
Address :_____
         :_____
Home   :_____ Mobile :_____
Work   :_____ Fax   :_____
Email   :_____
Birthday:_____
Notes   :_____

_____

Name   :_____
Address :_____
         :_____
Home   :_____ Mobile :_____
Work   :_____ Fax   :_____
Email   :_____
Birthday:_____
Notes   :_____

_____

J

Name : _____
Address : _____
: _____
Home : _____ Mobile : _____
Work : _____ Fax : _____
Email : _____
Birthday : _____
Notes : _____
_____

Name : _____
Address : _____
: _____
Home : _____ Mobile : _____
Work : _____ Fax : _____
Email : _____
Birthday : _____
Notes : _____
_____

Name : _____
Address : _____
: _____
Home : _____ Mobile : _____
Work : _____ Fax : _____
Email : _____
Birthday : _____
Notes : _____
_____

Name : _____
Address : _____
: _____
Home : _____ Mobile : _____
Work : _____ Fax : _____
Email : _____
Birthday : _____
Notes : _____
_____

Name : _____
Address : _____
: _____
Home : _____ Mobile : _____
Work : _____ Fax : _____
Email : _____
Birthday : _____
Notes : _____
_____

Name : _____
Address : _____
: _____
Home : _____ Mobile : _____
Work : _____ Fax : _____
Email : _____
Birthday : _____
Notes : _____
_____

Name : _____
Address : _____
: _____
Home : _____ Mobile : _____
Work : _____ Fax : _____
Email : _____
Birthday : _____
Notes : _____
_____

Name : _____
Address : _____
: _____
Home : _____ Mobile : _____
Work : _____ Fax : _____
Email : _____
Birthday : _____
Notes : _____
_____

Name : _____
Address : _____
: _____
Home : _____ Mobile : _____
Work : _____ Fax : _____
Email : _____
Birthday : _____
Notes : _____
_____

J

Name : _____
Address : _____
: _____

Home : _____ Mobile : _____
Work : _____ Fax : _____
Email : _____
Birthday : _____
Notes : _____

_____

Name : _____
Address : _____
: _____

Home : _____ Mobile : _____
Work : _____ Fax : _____
Email : _____
Birthday : _____
Notes : _____

_____

Name : _____
Address : _____
: _____

Home : _____ Mobile : _____
Work : _____ Fax : _____
Email : _____
Birthday : _____
Notes : _____

_____

Name   :_____

Address :_____

           :_____

Home   :_____ Mobile :_____

Work   :_____ Fax   :_____

Email   :_____

Birthday:_____

Notes   :_____

_____

Name   :_____

Address :_____

           :_____

Home   :_____ Mobile :_____

Work   :_____ Fax   :_____

Email   :_____

Birthday:_____

Notes   :_____

_____

Name   :_____

Address :_____

           :_____

Home   :_____ Mobile :_____

Work   :_____ Fax   :_____

Email   :_____

Birthday:_____

Notes   :_____

_____

Name : _____
Address : _____
: _____
Home : _____ Mobile : _____
Work : _____ Fax : _____
Email : _____
Birthday : _____
Notes : _____
_____

Name : _____
Address : _____
: _____
Home : _____ Mobile : _____
Work : _____ Fax : _____
Email : _____
Birthday : _____
Notes : _____
_____

Name : _____
Address : _____
: _____
Home : _____ Mobile : _____
Work : _____ Fax : _____
Email : _____
Birthday : _____
Notes : _____
_____

Name :_____

Address :_____

:_____

Home :_____ **Mobile** :_____

Work :_____ **Fax** :_____

Email :_____

Birthday :_____

Notes :_____

_____

Name :_____

Address :_____

:_____

Home :_____ **Mobile** :_____

Work :_____ **Fax** :_____

Email :_____

Birthday :_____

Notes :_____

_____

Name :_____

Address :_____

:_____

Home :_____ **Mobile** :_____

Work :_____ **Fax** :_____

Email :_____

Birthday :_____

Notes :_____

_____

K

Name : _____

Address : _____

: _____

Home : _____ Mobile : _____

Work : _____ Fax : _____

Email : _____

Birthday : _____

Notes : _____

_____

Name : _____

Address : _____

: _____

Home : _____ Mobile : _____

Work : _____ Fax : _____

Email : _____

Birthday : _____

Notes : _____

_____

Name : _____

Address : _____

: _____

Home : _____ Mobile : _____

Work : _____ Fax : _____

Email : _____

Birthday : _____

Notes : _____

_____

L

Name   :_____
Address :_____
          :_____
Home   :_____ Mobile :_____
Work   :_____ Fax   :_____
Email   :_____
Birthday :_____
Notes   :_____
          _____

Name   :_____
Address :_____
          :_____
Home   :_____ Mobile :_____
Work   :_____ Fax   :_____
Email   :_____
Birthday :_____
Notes   :_____
          _____

Name   :_____
Address :_____
          :_____
Home   :_____ Mobile :_____
Work   :_____ Fax   :_____
Email   :_____
Birthday :_____
Notes   :_____
          _____

L

Name : _____
Address : _____
: _____

Home : _____   Mobile : _____
Work : _____   Fax : _____
Email : _____
Birthday : _____
Notes : _____

_____

❧ ⚘ ❧

Name : _____
Address : _____
: _____

Home : _____   Mobile : _____
Work : _____   Fax : _____
Email : _____
Birthday : _____
Notes : _____

_____

❧ ⚘ ❧

Name : _____
Address : _____
: _____

Home : _____   Mobile : _____
Work : _____   Fax : _____
Email : _____
Birthday : _____
Notes : _____

_____

Name   :_____
Address :_____
         :_____
Home   :_____ Mobile :_____
Work   :_____ Fax   :_____
Email   :_____
Birthday :_____
Notes   :_____
         _____

Name   :_____
Address :_____
         :_____
Home   :_____ Mobile :_____
Work   :_____ Fax   :_____
Email   :_____
Birthday :_____
Notes   :_____
         _____

Name   :_____
Address :_____
         :_____
Home   :_____ Mobile :_____
Work   :_____ Fax   :_____
Email   :_____
Birthday :_____
Notes   :_____
         _____

Name   :_____
Address :_____
         :_____
Home   :_____ Mobile :_____
Work   :_____ Fax   :_____
Email   :_____
Birthday:_____
Notes   :_____
         _____

Name   :_____
Address :_____
         :_____
Home   :_____ Mobile :_____
Work   :_____ Fax   :_____
Email   :_____
Birthday:_____
Notes   :_____
         _____

Name   :_____
Address :_____
         :_____
Home   :_____ Mobile :_____
Work   :_____ Fax   :_____
Email   :_____
Birthday:_____
Notes   :_____
         _____

Name   :_____
Address :_____
         :_____
Home   :_____ Mobile :_____
Work   :_____ Fax   :_____
Email   :_____
Birthday :_____
Notes   :_____
         _____

Name   :_____
Address :_____
         :_____
Home   :_____ Mobile :_____
Work   :_____ Fax   :_____
Email   :_____
Birthday :_____
Notes   :_____
         _____

Name   :_____
Address :_____
         :_____
Home   :_____ Mobile :_____
Work   :_____ Fax   :_____
Email   :_____
Birthday :_____
Notes   :_____
         _____

M

Name : _____
Address : _____
: _____
Home : _____ Mobile : _____
Work : _____ Fax : _____
Email : _____
Birthday : _____
Notes : _____
_____

Name : _____
Address : _____
: _____
Home : _____ Mobile : _____
Work : _____ Fax : _____
Email : _____
Birthday : _____
Notes : _____
_____

Name : _____
Address : _____
: _____
Home : _____ Mobile : _____
Work : _____ Fax : _____
Email : _____
Birthday : _____
Notes : _____
_____

Name : _____
Address : _____
: _____
Home : _____ Mobile : _____
Work : _____ Fax : _____
Email : _____
Birthday : _____
Notes : _____
_____

Name : _____
Address : _____
: _____
Home : _____ Mobile : _____
Work : _____ Fax : _____
Email : _____
Birthday : _____
Notes : _____
_____

Name : _____
Address : _____
: _____
Home : _____ Mobile : _____
Work : _____ Fax : _____
Email : _____
Birthday : _____
Notes : _____
_____

M

Name :_____
Address :_____
       :_____
Home :_____ Mobile :_____
Work :_____ Fax :_____
Email :_____
Birthday :_____
Notes :_____
       _____

≫≫≫ ⟶ ⟱ ⟵ ⟪⟪⟪

Name :_____
Address :_____
       :_____
Home :_____ Mobile :_____
Work :_____ Fax :_____
Email :_____
Birthday :_____
Notes :_____
       _____

≫≫≫ ⟶ ⟱ ⟵ ⟪⟪⟪

Name :_____
Address :_____
       :_____
Home :_____ Mobile :_____
Work :_____ Fax :_____
Email :_____
Birthday :_____
Notes :_____
       _____

Name   : _____
Address : _____
            : _____
Home   : _____ Mobile : _____
Work   : _____ Fax   : _____
Email   : _____
Birthday: _____
Notes   : _____
            _____

Name   : _____
Address : _____
            : _____
Home   : _____ Mobile : _____
Work   : _____ Fax   : _____
Email   : _____
Birthday: _____
Notes   : _____
            _____

Name   : _____
Address : _____
            : _____
Home   : _____ Mobile : _____
Work   : _____ Fax   : _____
Email   : _____
Birthday: _____
Notes   : _____
            _____

Name   :_____
Address :_____
          :_____
Home   :_____ Mobile :_____
Work   :_____ Fax   :_____
Email   :_____
Birthday :_____
Notes   :_____
          _____

Name   :_____
Address :_____
          :_____
Home   :_____ Mobile :_____
Work   :_____ Fax   :_____
Email   :_____
Birthday :_____
Notes   :_____
          _____

Name   :_____
Address :_____
          :_____
Home   :_____ Mobile :_____
Work   :_____ Fax   :_____
Email   :_____
Birthday :_____
Notes   :_____
          _____

Name : _____
Address : _____
: _____
Home : _____ Mobile : _____
Work : _____ Fax : _____
Email : _____
Birthday : _____
Notes : _____
_____

Name : _____
Address : _____
: _____
Home : _____ Mobile : _____
Work : _____ Fax : _____
Email : _____
Birthday : _____
Notes : _____
_____

Name : _____
Address : _____
: _____
Home : _____ Mobile : _____
Work : _____ Fax : _____
Email : _____
Birthday : _____
Notes : _____
_____

N

Name : _____
Address : _____
: _____
Home : _____ Mobile : _____
Work : _____ Fax : _____
Email : _____
Birthday : _____
Notes : _____

_____

❧ ⚜ ❧

Name : _____
Address : _____
: _____
Home : _____ Mobile : _____
Work : _____ Fax : _____
Email : _____
Birthday : _____
Notes : _____

_____

❧ ⚜ ❧

Name : _____
Address : _____
: _____
Home : _____ Mobile : _____
Work : _____ Fax : _____
Email : _____
Birthday : _____
Notes : _____

_____

O

Name : _____
Address : _____
: _____
Home : _____ Mobile : _____
Work : _____ Fax : _____
Email : _____
Birthday: _____
Notes : _____
_____

Name : _____
Address : _____
: _____
Home : _____ Mobile : _____
Work : _____ Fax : _____
Email : _____
Birthday: _____
Notes : _____
_____

Name : _____
Address : _____
: _____
Home : _____ Mobile : _____
Work : _____ Fax : _____
Email : _____
Birthday: _____
Notes : _____
_____

Name :_____
Address :_____
       :_____
Home :_____ Mobile :_____
Work :_____ Fax :_____
Email :_____
Birthday :_____
Notes :_____
_____

Name :_____
Address :_____
       :_____
Home :_____ Mobile :_____
Work :_____ Fax :_____
Email :_____
Birthday :_____
Notes :_____
_____

Name :_____
Address :_____
       :_____
Home :_____ Mobile :_____
Work :_____ Fax :_____
Email :_____
Birthday :_____
Notes :_____
_____

Name : _____
Address : _____
         : _____
Home : _____ Mobile : _____
Work : _____ Fax : _____
Email : _____
Birthday : _____
Notes : _____
_____

Name : _____
Address : _____
         : _____
Home : _____ Mobile : _____
Work : _____ Fax : _____
Email : _____
Birthday : _____
Notes : _____
_____

Name : _____
Address : _____
         : _____
Home : _____ Mobile : _____
Work : _____ Fax : _____
Email : _____
Birthday : _____
Notes : _____
_____

Name   :_____
Address :_____
        :_____
Home   :_____ Mobile :_____
Work   :_____ Fax   :_____
Email   :_____
Birthday:_____
Notes   :_____
        _____

Name   :_____
Address :_____
        :_____
Home   :_____ Mobile :_____
Work   :_____ Fax   :_____
Email   :_____
Birthday:_____
Notes   :_____
        _____

Name   :_____
Address :_____
        :_____
Home   :_____ Mobile :_____
Work   :_____ Fax   :_____
Email   :_____
Birthday:_____
Notes   :_____
        _____

P

Name   :_____
Address :_____
         :_____
Home   :_____ Mobile :_____
Work   :_____ Fax   :_____
Email   :_____
Birthday :_____
Notes   :_____
         _____

Name   :_____
Address :_____
         :_____
Home   :_____ Mobile :_____
Work   :_____ Fax   :_____
Email   :_____
Birthday :_____
Notes   :_____
         _____

Name   :_____
Address :_____
         :_____
Home   :_____ Mobile :_____
Work   :_____ Fax   :_____
Email   :_____
Birthday :_____
Notes   :_____
         _____

Name   :_____
Address :_____
         :_____
Home   :_____ Mobile :_____
Work   :_____ Fax   :_____
Email   :_____
Birthday:_____
Notes   :_____
         _____

Name   :_____
Address :_____
         :_____
Home   :_____ Mobile :_____
Work   :_____ Fax   :_____
Email   :_____
Birthday:_____
Notes   :_____
         _____

Name   :_____
Address :_____
         :_____
Home   :_____ Mobile :_____
Work   :_____ Fax   :_____
Email   :_____
Birthday:_____
Notes   :_____
         _____

Name :_____
Address :_____
          :_____
Home :_____ Mobile :_____
Work :_____ Fax   :_____
Email :_____
Birthday :_____
Notes :_____

_____

Name :_____
Address :_____
          :_____
Home :_____ Mobile :_____
Work :_____ Fax   :_____
Email :_____
Birthday :_____
Notes :_____

_____

Name :_____
Address :_____
          :_____
Home :_____ Mobile :_____
Work :_____ Fax   :_____
Email :_____
Birthday :_____
Notes :_____

_____

P

Name   :_____
Address :_____
         :_____
Home   :_____ Mobile :_____
Work   :_____ Fax   :_____
Email   :_____
Birthday:_____
Notes   :_____
         _____

Name   :_____
Address :_____
         :_____
Home   :_____ Mobile :_____
Work   :_____ Fax   :_____
Email   :_____
Birthday:_____
Notes   :_____
         _____

Name   :_____
Address :_____
         :_____
Home   :_____ Mobile :_____
Work   :_____ Fax   :_____
Email   :_____
Birthday:_____
Notes   :_____
         _____

Name   :_____
Address :_____
          :_____
Home   :_____ Mobile :_____
Work   :_____ Fax   :_____
Email   :_____
Birthday:_____
Notes   :_____
          _____

Name   :_____
Address :_____
          :_____
Home   :_____ Mobile :_____
Work   :_____ Fax   :_____
Email   :_____
Birthday:_____
Notes   :_____
          _____

Name   :_____
Address :_____
          :_____
Home   :_____ Mobile :_____
Work   :_____ Fax   :_____
Email   :_____
Birthday:_____
Notes   :_____
          _____

Q

Name : _____
Address : _____
: _____
Home : _____ Mobile : _____
Work : _____ Fax : _____
Email : _____
Birthday : _____
Notes : _____
_____

Name : _____
Address : _____
: _____
Home : _____ Mobile : _____
Work : _____ Fax : _____
Email : _____
Birthday : _____
Notes : _____
_____

Name : _____
Address : _____
: _____
Home : _____ Mobile : _____
Work : _____ Fax : _____
Email : _____
Birthday : _____
Notes : _____
_____

Q

Name   :_____
Address :_____
         :_____
Home   :_____ Mobile :_____
Work   :_____ Fax   :_____
Email   :_____
Birthday:_____
Notes   :_____
         _____

Name   :_____
Address :_____
         :_____
Home   :_____ Mobile :_____
Work   :_____ Fax   :_____
Email   :_____
Birthday:_____
Notes   :_____
         _____

Name   :_____
Address :_____
         :_____
Home   :_____ Mobile :_____
Work   :_____ Fax   :_____
Email   :_____
Birthday:_____
Notes   :_____
         _____

Q

Name : _____
Address : _____
       : _____
Home : _____ Mobile : _____
Work : _____ Fax : _____
Email : _____
Birthday : _____
Notes : _____
_____

❧——✿——❧

Name : _____
Address : _____
       : _____
Home : _____ Mobile : _____
Work : _____ Fax : _____
Email : _____
Birthday : _____
Notes : _____
_____

❧——✿——❧

Name : _____
Address : _____
       : _____
Home : _____ Mobile : _____
Work : _____ Fax : _____
Email : _____
Birthday : _____
Notes : _____
_____

R

Name   :_____
Address :_____
          :_____
Home   :_____ Mobile :_____
Work   :_____ Fax   :_____
Email   :_____
Birthday:_____
Notes   :_____
          _____

Name   :_____
Address :_____
          :_____
Home   :_____ Mobile :_____
Work   :_____ Fax   :_____
Email   :_____
Birthday:_____
Notes   :_____
          _____

Name   :_____
Address :_____
          :_____
Home   :_____ Mobile :_____
Work   :_____ Fax   :_____
Email   :_____
Birthday:_____
Notes   :_____
          _____

Name : _____
Address : _____
         : _____
Home : _____ Mobile : _____
Work : _____ Fax : _____
Email : _____
Birthday: _____
Notes : _____
         _____

Name : _____
Address : _____
         : _____
Home : _____ Mobile : _____
Work : _____ Fax : _____
Email : _____
Birthday: _____
Notes : _____
         _____

Name : _____
Address : _____
         : _____
Home : _____ Mobile : _____
Work : _____ Fax : _____
Email : _____
Birthday: _____
Notes : _____
         _____

Name : _____
Address : _____
: _____
Home : _____ Mobile : _____
Work : _____ Fax : _____
Email : _____
Birthday : _____
Notes : _____
_____

Name : _____
Address : _____
: _____
Home : _____ Mobile : _____
Work : _____ Fax : _____
Email : _____
Birthday : _____
Notes : _____
_____

Name : _____
Address : _____
: _____
Home : _____ Mobile : _____
Work : _____ Fax : _____
Email : _____
Birthday : _____
Notes : _____
_____

R

Name : _____
Address : _____
: _____
Home : _____ Mobile : _____
Work : _____ Fax : _____
Email : _____
Birthday : _____
Notes : _____

_____

Name : _____
Address : _____
: _____
Home : _____ Mobile : _____
Work : _____ Fax : _____
Email : _____
Birthday : _____
Notes : _____

_____

Name : _____
Address : _____
: _____
Home : _____ Mobile : _____
Work : _____ Fax : _____
Email : _____
Birthday : _____
Notes : _____

_____

Name   :_____
Address :_____
          :_____
Home   :_____ Mobile :_____
Work   :_____ Fax   :_____
Email   :_____
Birthday:_____
Notes   :_____
          _____

Name   :_____
Address :_____
          :_____
Home   :_____ Mobile :_____
Work   :_____ Fax   :_____
Email   :_____
Birthday:_____
Notes   :_____
          _____

Name   :_____
Address :_____
          :_____
Home   :_____ Mobile :_____
Work   :_____ Fax   :_____
Email   :_____
Birthday:_____
Notes   :_____
          _____

Name   :_____
Address :_____
         :_____
Home   :_____ Mobile :_____
Work   :_____ Fax   :_____
Email   :_____
Birthday:_____
Notes   :_____
         _____

Name   :_____
Address :_____
         :_____
Home   :_____ Mobile :_____
Work   :_____ Fax   :_____
Email   :_____
Birthday:_____
Notes   :_____
         _____

Name   :_____
Address :_____
         :_____
Home   :_____ Mobile :_____
Work   :_____ Fax   :_____
Email   :_____
Birthday:_____
Notes   :_____
         _____

Name : _____
Address : _____
: _____
Home : _____ Mobile : _____
Work : _____ Fax : _____
Email : _____
Birthday : _____
Notes : _____
_____

Name : _____
Address : _____
: _____
Home : _____ Mobile : _____
Work : _____ Fax : _____
Email : _____
Birthday : _____
Notes : _____
_____

Name : _____
Address : _____
: _____
Home : _____ Mobile : _____
Work : _____ Fax : _____
Email : _____
Birthday : _____
Notes : _____
_____

S

Name : _____
Address : _____
: _____
Home : _____ Mobile : _____
Work : _____ Fax : _____
Email : _____
Birthday : _____
Notes : _____
_____

Name : _____
Address : _____
: _____
Home : _____ Mobile : _____
Work : _____ Fax : _____
Email : _____
Birthday : _____
Notes : _____
_____

Name : _____
Address : _____
: _____
Home : _____ Mobile : _____
Work : _____ Fax : _____
Email : _____
Birthday : _____
Notes : _____
_____

Name   :_____
Address :_____
         :_____
Home   :_____ Mobile : _____
Work   :_____ Fax   : _____
Email   :_____
Birthday:_____
Notes   :_____
         _____

Name   :_____
Address :_____
         :_____
Home   :_____ Mobile : _____
Work   :_____ Fax   : _____
Email   :_____
Birthday:_____
Notes   :_____
         _____

Name   :_____
Address :_____
         :_____
Home   :_____ Mobile : _____
Work   :_____ Fax   : _____
Email   :_____
Birthday:_____
Notes   :_____
         _____

T

Name　:_____

Address :_____

　　　　:_____

Home　:_____ Mobile :_____

Work　:_____ Fax　:_____

Email　:_____

Birthday:_____

Notes　:_____

_____

Name　:_____

Address :_____

　　　　:_____

Home　:_____ Mobile :_____

Work　:_____ Fax　:_____

Email　:_____

Birthday:_____

Notes　:_____

_____

Name　:_____

Address :_____

　　　　:_____

Home　:_____ Mobile :_____

Work　:_____ Fax　:_____

Email　:_____

Birthday:_____

Notes　:_____

_____

Name   :_____
Address :_____
         :_____
Home   :_____ Mobile :_____
Work   :_____ Fax   :_____
Email   :_____
Birthday :_____
Notes   :_____
         _____

Name   :_____
Address :_____
         :_____
Home   :_____ Mobile :_____
Work   :_____ Fax   :_____
Email   :_____
Birthday :_____
Notes   :_____
         _____

Name   :_____
Address :_____
         :_____
Home   :_____ Mobile :_____
Work   :_____ Fax   :_____
Email   :_____
Birthday :_____
Notes   :_____
         _____

T

Name :_____

Address :_____

: _____

Home :_____ **Mobile** :_____

Work :_____ **Fax** :_____

Email :_____

Birthday :_____

Notes :_____

_____

Name :_____

Address :_____

: _____

Home :_____ **Mobile** :_____

Work :_____ **Fax** :_____

Email :_____

Birthday :_____

Notes :_____

_____

Name :_____

Address :_____

: _____

Home :_____ **Mobile** :_____

Work :_____ **Fax** :_____

Email :_____

Birthday :_____

Notes :_____

_____

Name : _____
Address : _____
: _____
Home : _____ Mobile : _____
Work : _____ Fax : _____
Email : _____
Birthday: _____
Notes : _____

_____

Name : _____
Address : _____
: _____
Home : _____ Mobile : _____
Work : _____ Fax : _____
Email : _____
Birthday: _____
Notes : _____

_____

Name : _____
Address : _____
: _____
Home : _____ Mobile : _____
Work : _____ Fax : _____
Email : _____
Birthday: _____
Notes : _____

_____

Name   :_____
Address :_____
         :_____
Home   :_____ Mobile :_____
Work   :_____ Fax   :_____
Email   :_____
Birthday :_____
Notes   :_____
         _____

Name   :_____
Address :_____
         :_____
Home   :_____ Mobile :_____
Work   :_____ Fax   :_____
Email   :_____
Birthday :_____
Notes   :_____
         _____

Name   :_____
Address :_____
         :_____
Home   :_____ Mobile :_____
Work   :_____ Fax   :_____
Email   :_____
Birthday :_____
Notes   :_____
         _____

U

Name :_____
Address :_____
      :_____
Home :_____ Mobile :_____
Work :_____ Fax :_____
Email :_____
Birthday :_____
Notes :_____
      _____

Name :_____
Address :_____
      :_____
Home :_____ Mobile :_____
Work :_____ Fax :_____
Email :_____
Birthday :_____
Notes :_____
      _____

Name :_____
Address :_____
      :_____
Home :_____ Mobile :_____
Work :_____ Fax :_____
Email :_____
Birthday :_____
Notes :_____
      _____

Name :_____
Address :_____
       :_____
Home :_____ Mobile :_____
Work :_____ Fax :_____
Email :_____
Birthday:_____
Notes :_____

       _____

Name :_____
Address :_____
       :_____
Home :_____ Mobile :_____
Work :_____ Fax :_____
Email :_____
Birthday:_____
Notes :_____

       _____

Name :_____
Address :_____
       :_____
Home :_____ Mobile :_____
Work :_____ Fax :_____
Email :_____
Birthday:_____
Notes :_____

       _____

Name : _____
Address : _____
: _____
Home : _____ Mobile : _____
Work : _____ Fax : _____
Email : _____
Birthday : _____
Notes : _____
_____

Name : _____
Address : _____
: _____
Home : _____ Mobile : _____
Work : _____ Fax : _____
Email : _____
Birthday : _____
Notes : _____
_____

Name : _____
Address : _____
: _____
Home : _____ Mobile : _____
Work : _____ Fax : _____
Email : _____
Birthday : _____
Notes : _____
_____

V

Name :_____
Address :_____
: _____
Home :_____ **Mobile** :_____
Work :_____ **Fax** :_____
Email :_____
Birthday:_____
Notes :_____

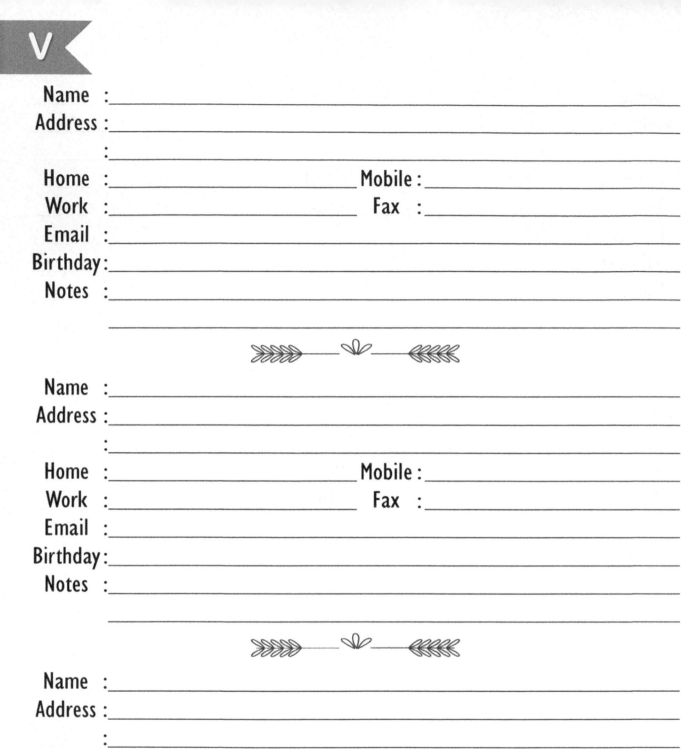

Name :_____
Address :_____
: _____
Home :_____ **Mobile** :_____
Work :_____ **Fax** :_____
Email :_____
Birthday:_____
Notes :_____

Name :_____
Address :_____
: _____
Home :_____ **Mobile** :_____
Work :_____ **Fax** :_____
Email :_____
Birthday:_____
Notes :_____

Name : _____
Address : _____
: _____
Home : _____ Mobile : _____
Work : _____ Fax : _____
Email : _____
Birthday : _____
Notes : _____
_____

Name : _____
Address : _____
: _____
Home : _____ Mobile : _____
Work : _____ Fax : _____
Email : _____
Birthday : _____
Notes : _____
_____

Name : _____
Address : _____
: _____
Home : _____ Mobile : _____
Work : _____ Fax : _____
Email : _____
Birthday : _____
Notes : _____
_____

Name : _____
Address : _____
: _____
Home : _____ Mobile : _____
Work : _____ Fax : _____
Email : _____
Birthday: _____
Notes : _____
_____

Name : _____
Address : _____
: _____
Home : _____ Mobile : _____
Work : _____ Fax : _____
Email : _____
Birthday: _____
Notes : _____
_____

Name : _____
Address : _____
: _____
Home : _____ Mobile : _____
Work : _____ Fax : _____
Email : _____
Birthday: _____
Notes : _____
_____

Name   :_____
Address :_____
         :_____
Home   :_____ Mobile :_____
Work   :_____ Fax   :_____
Email   :_____
Birthday :_____
Notes   :_____
          _____

Name   :_____
Address :_____
         :_____
Home   :_____ Mobile :_____
Work   :_____ Fax   :_____
Email   :_____
Birthday :_____
Notes   :_____
          _____

Name   :_____
Address :_____
         :_____
Home   :_____ Mobile :_____
Work   :_____ Fax   :_____
Email   :_____
Birthday :_____
Notes   :_____
          _____

Name   :_____
Address :_____
        :_____
Home   :_____ Mobile :_____
Work   :_____ Fax   :_____
Email   :_____
Birthday:_____
Notes   :_____
        _____

Name   :_____
Address :_____
        :_____
Home   :_____ Mobile :_____
Work   :_____ Fax   :_____
Email   :_____
Birthday:_____
Notes   :_____
        _____

Name   :_____
Address :_____
        :_____
Home   :_____ Mobile :_____
Work   :_____ Fax   :_____
Email   :_____
Birthday:_____
Notes   :_____
        _____

Name :_____
Address :_____
        :_____
Home :_____ Mobile :_____
Work :_____ Fax :_____
Email :_____
Birthday :_____
Notes :_____
        _____

Name :_____
Address :_____
        :_____
Home :_____ Mobile :_____
Work :_____ Fax :_____
Email :_____
Birthday :_____
Notes :_____
        _____

Name :_____
Address :_____
        :_____
Home :_____ Mobile :_____
Work :_____ Fax :_____
Email :_____
Birthday :_____
Notes :_____
        _____

Name : _____
Address : _____
: _____
Home : _____ Mobile : _____
Work : _____ Fax : _____
Email : _____
Birthday : _____
Notes : _____
_____

Name : _____
Address : _____
: _____
Home : _____ Mobile : _____
Work : _____ Fax : _____
Email : _____
Birthday : _____
Notes : _____
_____

Name : _____
Address : _____
: _____
Home : _____ Mobile : _____
Work : _____ Fax : _____
Email : _____
Birthday : _____
Notes : _____
_____

Name   :_____
Address :_____
             :_____
Home   :_____ Mobile :_____
Work   :_____ Fax   :_____
Email   :_____
Birthday :_____
Notes   :_____
              _____

Name   :_____
Address :_____
             :_____
Home   :_____ Mobile :_____
Work   :_____ Fax   :_____
Email   :_____
Birthday :_____
Notes   :_____
              _____

Name   :_____
Address :_____
             :_____
Home   :_____ Mobile :_____
Work   :_____ Fax   :_____
Email   :_____
Birthday :_____
Notes   :_____
              _____

X

Name : _____
Address : _____
: _____

Home : _____ Mobile : _____
Work : _____ Fax : _____
Email : _____
Birthday : _____
Notes : _____

_____

Name : _____
Address : _____
: _____

Home : _____ Mobile : _____
Work : _____ Fax : _____
Email : _____
Birthday : _____
Notes : _____

_____

Name : _____
Address : _____
: _____

Home : _____ Mobile : _____
Work : _____ Fax : _____
Email : _____
Birthday : _____
Notes : _____

_____

Name   :_____
Address :_____
        :_____
Home   :_____ Mobile :_____
Work   :_____ Fax   :_____
Email   :_____
Birthday:_____
Notes   :_____
        _____

Name   :_____
Address :_____
        :_____
Home   :_____ Mobile :_____
Work   :_____ Fax   :_____
Email   :_____
Birthday:_____
Notes   :_____
        _____

Name   :_____
Address :_____
        :_____
Home   :_____ Mobile :_____
Work   :_____ Fax   :_____
Email   :_____
Birthday:_____
Notes   :_____
        _____

Name   :_____
Address :_____
         :_____
Home   :_____ Mobile :_____
Work   :_____ Fax   :_____
Email   :_____
Birthday :_____
Notes   :_____
         _____

Name   :_____
Address :_____
         :_____
Home   :_____ Mobile :_____
Work   :_____ Fax   :_____
Email   :_____
Birthday :_____
Notes   :_____
         _____

Name   :_____
Address :_____
         :_____
Home   :_____ Mobile :_____
Work   :_____ Fax   :_____
Email   :_____
Birthday :_____
Notes   :_____
         _____

Name : _____
Address : _____
: _____
Home : _____ Mobile : _____
Work : _____ Fax : _____
Email : _____
Birthday : _____
Notes : _____
_____

Name : _____
Address : _____
: _____
Home : _____ Mobile : _____
Work : _____ Fax : _____
Email : _____
Birthday : _____
Notes : _____
_____

Name : _____
Address : _____
: _____
Home : _____ Mobile : _____
Work : _____ Fax : _____
Email : _____
Birthday : _____
Notes : _____
_____

Name : _____
Address : _____
: _____
Home : _____ Mobile : _____
Work : _____ Fax : _____
Email : _____
Birthday : _____
Notes : _____
_____

Name : _____
Address : _____
: _____
Home : _____ Mobile : _____
Work : _____ Fax : _____
Email : _____
Birthday : _____
Notes : _____
_____

Name : _____
Address : _____
: _____
Home : _____ Mobile : _____
Work : _____ Fax : _____
Email : _____
Birthday : _____
Notes : _____
_____

Name : _____
Address : _____
        : _____
Home : _____ Mobile : _____
Work : _____ Fax : _____
Email : _____
Birthday : _____
Notes : _____
        _____

Name : _____
Address : _____
        : _____
Home : _____ Mobile : _____
Work : _____ Fax : _____
Email : _____
Birthday : _____
Notes : _____
        _____

Name : _____
Address : _____
        : _____
Home : _____ Mobile : _____
Work : _____ Fax : _____
Email : _____
Birthday : _____
Notes : _____
        _____

Name : _____
Address : _____
: _____
Home : _____ Mobile : _____
Work : _____ Fax : _____
Email : _____
Birthday: _____
Notes : _____
_____

Name : _____
Address : _____
: _____
Home : _____ Mobile : _____
Work : _____ Fax : _____
Email : _____
Birthday: _____
Notes : _____
_____

Name : _____
Address : _____
: _____
Home : _____ Mobile : _____
Work : _____ Fax : _____
Email : _____
Birthday: _____
Notes : _____
_____

Z

Name   :_____
Address :_____
        :_____
Home   :_____ Mobile :_____
Work   :_____ Fax   :_____
Email   :_____
Birthday:_____
Notes   :_____
        _____

Name   :_____
Address :_____
        :_____
Home   :_____ Mobile :_____
Work   :_____ Fax   :_____
Email   :_____
Birthday:_____
Notes   :_____
        _____

Name   :_____
Address :_____
        :_____
Home   :_____ Mobile :_____
Work   :_____ Fax   :_____
Email   :_____
Birthday:_____
Notes   :_____
        _____

Z

Name :_____
Address :_____
       :_____
Home :_____ Mobile :_____
Work :_____ Fax :_____
Email :_____
Birthday:_____
Notes :_____
_____

Name :_____
Address :_____
       :_____
Home :_____ Mobile :_____
Work :_____ Fax :_____
Email :_____
Birthday:_____
Notes :_____
_____

Name :_____
Address :_____
       :_____
Home :_____ Mobile :_____
Work :_____ Fax :_____
Email :_____
Birthday:_____
Notes :_____
_____

Name : _____
Address : _____
: _____
Home : _____ Mobile : _____
Work : _____ Fax : _____
Email : _____
Birthday : _____
Notes : _____
_____

Name : _____
Address : _____
: _____
Home : _____ Mobile : _____
Work : _____ Fax : _____
Email : _____
Birthday : _____
Notes : _____
_____

Name : _____
Address : _____
: _____
Home : _____ Mobile : _____
Work : _____ Fax : _____
Email : _____
Birthday : _____
Notes : _____
_____

Z

Name : _____
Address : _____
        : _____
Home : _____ Mobile : _____
Work : _____ Fax : _____
Email : _____
Birthday : _____
Notes : _____

_____

⫸⫸⫸ — ⚘ — ⫷⫷⫷

Name : _____
Address : _____
        : _____
Home : _____ Mobile : _____
Work : _____ Fax : _____
Email : _____
Birthday : _____
Notes : _____

_____

⫸⫸⫸ — ⚘ — ⫷⫷⫷

Name : _____
Address : _____
        : _____
Home : _____ Mobile : _____
Work : _____ Fax : _____
Email : _____
Birthday : _____
Notes : _____

_____

NOTES

NOTES

Made in the USA
Coppell, TX
04 July 2021